AF430387

THIS BOOK BELONGS TO

DATE _______________________________

DATE _______________________________

DATE ________________________________

DATE ________________________________

DATE ________________________________

DATE _______________________________

DATE _______________________________

DATE _______________________________

DATE _______________________________

DATE _______________________________

DATE _______________________________

DATE _______________________________

DATE _______________________________

DATE _______________________________

DATE _______________________________

DATE _______________________________

DATE _______________________________

DATE _______________________________

DATE _______________________________

DATE _______________________________

DATE _________________________________

DATE _______________________________

DATE _________________________________

DATE ___________________________

DATE _______________________________

DATE __________________________

DATE _______________________________

DATE _______________________________

DATE _______________________________

DATE _______________________________

DATE _______________________________

DATE _______________________________

DATE _______________________________

DATE _______________________________

DATE _______________________________

DATE _______________________________

DATE _______________________________

DATE _______________________________

DATE ______________________________

DATE _______________________________

DATE _______________________________

DATE _______________________________

DATE _______________________________

DATE _______________________________

DATE ________________________________

DATE _______________________________

DATE _______________________________

DATE ___________________________________

DATE _______________________________

DATE _______________________________

DATE _______________________________

DATE _______________________________

DATE _______________________________

DATE _______________________________

DATE ______________________________

DATE _______________________________

DATE _______________________________

DATE _______________________________

DATE _______________________________

DATE _______________________________

DATE ___________________________________

DATE _______________________________

DATE ________________________________

DATE _______________________________

DATE ________________________________

DATE _______________________________

DATE ________________________________

DATE _______________________________

DATE _______________________________

DATE _______________________________

DATE ________________________________

DATE _______________________________

DATE _______________________________

DATE ___________________________

DATE _______________________________

DATE _______________________________

DATE ______________________________

DATE _______________________________

DATE _______________________________

DATE _______________________________

DATE ___________________________________

DATE _______________________________

DATE _______________________________

DATE _______________________________

DATE _______________________________

DATE _______________________________

DATE _______________________________

DATE _______________________________

DATE _______________________________

DATE _______________________________

DATE ___________________________________

DATE _______________________________

DATE _______________________________

DATE ___________________________

DATE _______________________________

DATE _______________________________

DATE _______________________________

DATE _______________________________

DATE _______________________________